Bedtime Stories For Kids In Gujarati with English

1. Finding the Tree of Wonders

Once upon a time, in a dense green forest, there lived a little squirrel named Timmy. Timmy was known for his adventurous spirit and love for exploring new places. One sunny morning, while he was hiding, he stumbled upon a hidden passage that he had never seen before. Full of excitement, Timmy decided to follow the path and see where it would lead. As Timmy ventures deeper into the forest, he discovers a magical clearing with a sparkling lake at its center. Beside the lake stood a wise old owl named Oliver, known for his vast knowledge of the forest and its wizards. Oliver greeted Timmy with a warm smile and invited him to sit by the lake. Timmy was intrigued and couldn't wait to hear the stories Oliver had to share. Oliver begins to tell Timmy about the Great Tree of Wonders, an ancient tree that is said to grant special wishes to anyone it meets. Eager to embark on a grand adventure, Timmy asks Oliver for directions to the Tree of Wonders. Oliver kindly gave Timmy a map and warned him of the challenges he might face along the way. With a grateful heart and renewed determination, Timmy continues his quest to find the magic tree.

1. અજાયબીઓના વૃક્ષની શોધ

એક સમયે, એક ગાઢ લીલા જંગલમાં, ટિમી નામની એક નાનકડી ખિસકોલી રહેતી હતી. ટીમી તેની સાહસિક ભાવના અને નવા સ્થળોની શોધખોળ માટેના પ્રેમ માટે જાણીતી હતી. એક સન્ની સવારે, જ્યારે તે છુપાયેલો હતો, તેણે એક છુપાયેલા માર્ગ પર ઠોકર ખાધી જે તેણે પહેલાં ક્યારેય જોઈ ન હતી. ઉત્તેજનાથી ભરપૂર, ટિમ્મીએ પાથને અનુસરવાનું અને તે ક્યાં લઈ જશે તે જોવાનું નક્કી કર્યું.

જેમ જેમ ટિમી જંગલમાં વધુ ઊંડે સુધી પહોંચ્યો, તેણે તેના કેન્દ્રમાં એક સ્પાર્કલિંગ તળાવ સાથે જાદુઈ ક્લિયરિંગ શોધી કાઢ્યું. તળાવની બાજુમાં ઓલિવર નામનું એક સમજદાર વૃદ્ધ ઘુવડ ઊભું હતું, જે જંગલ અને તેના જાદુગરો વિશેના તેના વિશાળ જ્ઞાન માટે જાણીતું હતું.

ઓલિવરે ટિમીનું હાર્દિક સ્મિત સાથે સ્વાગત કર્યું અને તેને તળાવ પાસે બેસવા આમંત્રણ આપ્યું. ટિમ્મી રસપ્રદ હતો અને ઓલિવરને શેર કરવાની હતી તે વાર્તાઓ સાંભળવા માટે રાહ જોઈ શક્યો નહીં. ઓલિવરે ટિમ્મીને અજાયબીઓના મહાન વૃક્ષ વિશે કહેવાનું શરૂ કર્યું, એક પ્રાચીન વૃક્ષ જે તેને મળે તેને વિશેષ ઇચ્છા આપવાનું કહે છે. એક ભવ્ય સાહસ શરૂ કરવા આતુર, ટિમ્મીએ ઓલિવરને ટ્રી ઓફ વંડર્સની દિશાઓ માટે પૂછ્યું. ઓલિવરે કૃપા કરીને ટિમીને નકશો આપ્યો અને તેને રસ્તામાં જે પડકારોનો સામનો કરવો પડી શકે તેના વિશે ચેતવણી આપી. આભારી હૃદય અને નવા નિશ્ચય સાથે, ટિમ્મી જાદુઈ વૃક્ષને શોધવા માટે તેની શોધમાં આગળ વધ્યો.

Timmy would jump from tree branch to tree branch, jump over babbling brooks and climb tall hills. During his journey, he encounters helpful wild animals like mischievous rabbits, friendly deer and singing birds who guide him in the right direction. Finally, after days of traveling, Timmy arrived at a magnificent clearing where the Tree of Wonders stood tall and majestic. Its branches reached toward the heavens, adorned with glittering leaves shining in all the colors of the rainbow. With hopeful eyes, Timmy went to the tree and closed his eyes tightly. He fulfilled his desire with all his heart, fluttering his deepest desire in the gentle breeze. As he finished, a soft, golden light enveloped him, and a gentle voice echoed through the air, assuring him that his wish had been granted. Overjoyed, Timmy thanked the magic tree and returned home with the charm of his wish in his heart. While traveling, he realizes that sometimes, the most remarkable adventures are the ones that lead us to discover the magic within ourselves.

ટિમ્મી એક ઝાડની ડાળી પરથી બીજી ડાળી પર કૂદકો મારતો, બબડતા ઝરણાંઓ પર કૂદકો મારતો અને ઊંચી ટેકરીઓ પર ચઢતો. તેની મુસાફરી દરમિયાન, તેને તોફાની સસલા, મૈત્રીપૂર્ણ હરણ અને ગાયક પક્ષીઓ જેવા મદદરૂપ જંગલી પ્રાણીઓનો સામનો કરવો પડ્યો જેણે તેને યોગ્ય દિશામાં માર્ગદર્શન આપ્યું.

છેવટે, દિવસોની મુસાફરી પછી, ટિમ્મી એક ભવ્ય ક્લિયરિંગ પર પહોંચ્યો જ્યાં અજાયબીઓનું વૃક્ષ ઊંચું અને ભવ્ય હતું. તેની શાખાઓ સ્વર્ગ તરફ પહોંચી, મેઘધનુષ્યના તમામ રંગોમાં ચમકતા ચમકતા પાંદડાઓથી શણગારેલી.

આશાભરી આંખો સાથે, ટિમ્મી ઝાડ પાસે ગયો અને તેની આંખો કડક રીતે બંધ કરી. હળવા પવનમાં પોતાની ઊંડી ઈચ્છા ફફડાવતા તેણે દિલથી પોતાની ઈચ્છા પૂરી કરી. જેમ જેમ તેણે સમાપ્ત કર્યું, એક નરમ, સોનેરી પ્રકાશ તેને ઘેરી વળ્યો, અને એક નમ્ર અવાજ હવામાં ગુંજ્યો, તેને ખાતરી આપી કે તેની ઇચ્છા પૂરી થઈ ગઈ છે.

અતિ આનંદિત, ટિમ્મીએ જાદુઈ વૃક્ષનો આભાર માન્યો અને પોતાની ઈચ્છાનો મોહ પોતાના હૃદયમાં લઈને ઘરે પરત ફર્યો. મુસાફરી દરમિયાન, તેને સમજાયું કે કેટલીકવાર, સૌથી નોંધપાત્ર સાહસો એવા હોય છે જે આપણને આપણી અંદરનો જાદુ શોધવા તરફ દોરી જાય છે.

From that day forward, Timmy cherishes every moment, knowing that he is part of a wonderful world full of endless possibilities. And as he wandered the forest, he couldn't help but share his stories with his fellow creatures, inspiring them to embark on extraordinary journeys of their own.

And so, the legend of Timmy, the adventurous squirrel, and the tree of wonders, reminds everyone that dreams can come true if we dare to explore, trust, and follow the whispers of our hearts. finish

તે દિવસથી આગળ, ટિમ્મી દરેક ક્ષણને ચાહે છે, એ જાણીને કે તે અનંત શક્યતાઓથી ભરેલી અદ્ભુત દુનિયાનો ભાગ છે. અને જ્યારે તે જંગલમાં ભટકતો હતો, ત્યારે તે મદદ કરી શક્યો નહીં પરંતુ તેના સાથી જીવો સાથે તેની વાર્તાઓ શેર કરી શક્યો, તેમને તેમની પોતાની અસાધારણ મુસાફરી શરૂ કરવા માટે પ્રેરણા આપી.

અને તેથી, ટિમીની દંતકથા, સાહસિક ખિસકોલી, અને અજાયબીઓનું વૃક્ષ, દરેકને યાદ અપાવે છે કે જો આપણે આપણા હૃદયના વ્હીસ્પર્સનું અન્વેષણ કરવાની, વિશ્વાસ કરવાની અને તેને અનુસરવાની હિંમત કરીએ તો સપના સાચા થઈ શકે છે. સમાપ્ત.

2. Sunny's song of freedom

Once upon a time, in a small village nestled in the hills, there lived a little sparrow named Sunny. Sunny was known for his cheerful spirit and his beautiful songs that filled the air every morning. All the villagers saluted him and were eager to hear his melodious tunes. One day, a group of village children decided to capture Sunny and keep him as a pet. They set a clever trap, and before long, poor Sunny finds himself trapped in a small cage. His wings flapped helplessly as he desperately tried to escape. While the children were celebrating their victory, they saw a wise old owl perched on a nearby tree branch. An owl named Oliver was known for his wisdom and knowledge of the forest. Realizing the little sparrow's distress, Oliver decides to intervene. The wise owl went to the children and asked them why they had caught Sunny. They explained that they wanted to keep him as a pet so that they could always listen to his sweet songs. Oliver gently explained that Sunny's songs were for all to enjoy, filling the world with joy and happiness.

2. **સનીનું આઝાદીનું ગીત**

એક સમયે, એક નાનકડા ગામડામાં, જે પહાડીઓમાં વસેલા હતા, ત્યાં સની નામની એક નાની સ્પેરો રહેતી હતી. સની તેની ખુશખુશાલ ભાવના અને તેના સુંદર ગીતો માટે જાણીતો હતો જે દરરોજ સવારે હવા ભરે છે. બધા ગામલોકો તેમને વંદન કરતા અને તેમની મધુર ધૂન સાંભળવા આતુર હતા.

એક દિવસ, ગામના બાળકોના જૂથે સનીને પકડીને તેને પાળતુ પ્રાણી તરીકે રાખવાનું નક્કી કર્યું. તેઓએ એક ચતુર છટકું ગોઠવ્યું, અને થોડા સમય પહેલા, ગરીબ સની પોતાને એક નાના પાંજરામાં ફસાયેલો જણાયો. તેની પાંખો નિઃસહાયપણે ફફડતી હતી કારણ કે તેણે છટકી જવાનો સખત પ્રયાસ કર્યો હતો.

જ્યારે બાળકો તેમની જીતની ઉજવણી કરી રહ્યા હતા, ત્યારે તેઓએ નજીકના ઝાડની ડાળી પર એક સમજદાર વૃદ્ધ ઘુવડ જોયું. ઓલિવર નામનું ઘુવડ તેના ડહાપણ અને જંગલના જ્ઞાન માટે જાણીતું હતું. નાની સ્પેરોની તકલીફને સમજીને, ઓલિવરે દરમિયાનગીરી કરવાનું નક્કી કર્યું.

સમજદાર ઘુવડ બાળકો પાસે ગયો અને તેમને પૂછ્યું કે તેઓએ સનીને કેમ પકડ્યો છે. તેઓએ સમજાવ્યું કે તેઓ તેને એક પાલતુ તરીકે રાખવા માંગે છે જેથી તેઓ હંમેશા તેના મધુર ગીતો સાંભળી શકે. ઓલિવરે હળવાશથી સમજાવ્યું કે સનીના ગીતો બધાને માણવા માટે હતા, જે વિશ્વને આનંદ અને ખુશીઓથી ભરી દે છે.

He told the children the story of another village where a similar incident took place. In that village, a nightingale was caught and kept in a cage. At first, the villagers were delighted by the nightingale's songs. But over time, the bird became depressed and lost the magic of its songs. Without the freedom to fly and sing in the open sky, the spirit of the nightingale withers. The children listened intently, their faces full of understanding. He realized that like all celestial beings, Suni deserves to be liberated. With remorse in their hearts, they opened the cage and released Sunny. Sunny, grateful for her newfound freedom, soared into the sky singing her most joyous song. Villagers including children watched in awe as Sunny's melody filled the air. They understood that the true beauty of nature lies in its freedom. The moral of the story is that freedom is a precious gift that should be cherished and respected. Just as Sunny's songs brought happiness to everyone when he was free, every living being gets the freedom to live his life to the fullest. It is our responsibility to protect and preserve the freedom of all living beings, allowing them to flourish and share their unique gifts with the world.

તેણે બાળકોને બીજા ગામની વાર્તા સંભળાવી જ્યાં આવી જ ઘટના બની હતી. તે ગામમાં, એક નાઇટિંગેલને પકડીને પાંજરામાં રાખવામાં આવ્યો હતો. શરૂઆતમાં, ગ્રામજનો નાઇટિંગેલના ગીતોથી આનંદિત થયા. પરંતુ સમય જતાં, પક્ષી ઉદાસ થયો અને તેના ગીતોનો જાદુ ખોવાઈ ગયો. ખુલ્લા આકાશમાં ઉડવાની અને ગાવાની સ્વતંત્રતા વિના, નાઇટિંગેલની ભાવના સુકાઈ ગઈ.

બાળકો ધ્યાનપૂર્વક સાંભળતા હતા, તેમના ચહેરા સમજણથી ભરેલા હતા. તેઓ સમજી ગયા કે આકાશના તમામ જીવોની જેમ સની પણ મુક્ત થવાને લાયક છે. તેમના હૃદયમાં પસ્તાવો સાથે, તેઓએ પાંજરું ખોલ્યું અને સનીને મુક્ત કર્યો. સની, તેની નવી મળેલી સ્વતંત્રતા માટે આભારી, તેનું સૌથી આનંદકારક ગીત ગાતા આકાશમાં ઉછળ્યો. સનીની ધૂન હવામાં ભરાઈ જતાં બાળકો સહિત ગ્રામજનો સ્તબ્ધ થઈને નિહાળ્યા હતા. તેઓ સમજી ગયા કે પ્રકૃતિની સાચી સુંદરતા તેની સ્વતંત્રતામાં રહેલી છે.

વાર્તાની નૈતિકતા એ છે કે સ્વતંત્રતા એ એક અમૂલ્ય ભેટ છે જેનું સન્માન અને સન્માન કરવું જોઈએ. જેમ સનીના ગીતોએ જ્યારે તે મુક્ત હતો ત્યારે દરેકને ખુશીઓ લાવી હતી, તેમ દરેક જીવને પોતાનું જીવન સંપૂર્ણ રીતે જીવવાની સ્વતંત્રતા મળે છે. તમામ જીવોની સ્વતંત્રતાની રક્ષા અને જાળવણી કરવાની અમારી જવાબદારી છે, તેમને વિકાસ પામવા અને વિશ્વ સાથે તેમની અનન્ય ભેટો શેર કરવાની મંજૂરી આપી.

3. Thrive in uniqueness

Once upon a time, in a peaceful village in the lush green countryside, there lived a wise and kind old woman named Grandma Rose. She was known throughout the village for her wisdom and valuable life lessons that she shared with everyone she met. One day, a young woman named Emily visits Grandma Rose to seek guidance. Emily was having a hard time at school. She felt frustrated because she was not as talented as her classmates in certain areas. She believed she was always destined to be second-best. Grandma Rose listened carefully to Emily's concerns and smiled softly. She invited Emily to sit next to her and began to tell her a story. "In a distant kingdom," began Grandma Rose, "there lived a magnificent garden full of the most beautiful flowers. Each flower had unique qualities and bloomed at its own time. The rose, with its enchanting fragrance, bloomed slowly but dazzled everyone. gives. Its elegance. The lily, with its pure white petals, grew steadily and spread joy. And the sunflower, with its golden petals, turned to the sun, spreading warmth and joy."

3. **વિશિષ્ટતામાં ખીલવું**

એક સમયે, લીલાછમ ગ્રામ્ય વિસ્તારમાં આવેલા એક શાંતિપૂર્ણ ગામમાં, દાદીમા રોઝ નામની એક સમજદાર અને દયાળુ વૃદ્ધ સ્ત્રી રહેતી હતી. તેણી આખા ગામમાં તેણીની શાણપણ અને મૂલ્યવાન જીવન પાઠ માટે જાણીતી હતી જે તેણીને મળેલી દરેક સાથે શેર કરી હતી.

એક દિવસ, એમિલી નામની એક યુવતી માર્ગદર્શન મેળવવા દાદીમા રોઝની મુલાકાત લીધી. એમિલી શાળામાં મુશ્કેલ સમયમાંથી પસાર થઈ રહી હતી. તેણી નિરાશ અનુભવતી હતી કારણ કે તેણી અમુક ક્ષેત્રોમાં તેના સહપાઠીઓ જેટલી પ્રતિભાશાળી નહોતી. તેણી માનતી હતી કે તેણી હંમેશા બીજા-શ્રેષ્ઠ બનવાનું નક્કી કરે છે.

દાદીમા રોઝે એમિલીની ચિંતાઓ ધ્યાનથી સાંભળી અને હળવાશથી હસ્યા. તેણીએ એમિલીને તેની બાજુમાં બેસવા આમંત્રણ આપ્યું અને તેણીને વાર્તા કહેવાનું શરૂ કર્યું.

"દૂરના સામ્રાજ્યમાં," દાદીમા ગુલાબે શરૂ કર્યું, "ત્યાં સૌથી સુંદર ફૂલોથી ભરેલો એક ભવ્ય બગીચો રહેતો હતો. દરેક ફૂલ અનન્ય ગુણો ધરાવે છે અને તેના પોતાના સમયે ખીલે છે. ગુલાબ, તેની મોહક સુગંધ સાથે, ધીમે ધીમે ખીલે છે પરંતુ દરેકને ચકિત કરી દે છે. તેની લાવણ્ય. લીલી, તેની શુદ્ધ સફેદ પાંખડીઓ સાથે, સતત વૃદ્ધિ પામી અને પ્રસન્નતા ફેલાવી. અને સૂર્યમુખી, તેની સોનેરી પાંખડીઓ સાથે, સૂર્ય તરફ વળ્યો, હૂંફ અને આનંદ ફેલાવ્યો."

Emily listened intently, captivated by the story. Grandma Rose continued, "The garden blossomed because each flower accepted its own journey and understood its value. The rose does not compare itself to the lily or the sunflower, Because he knew that his own beauty and fragrance brought joy to those who saw him. Lily did not envy the rose or the sunflower, for she understood the quiet grace they possessed. And the sunflower didn't try to be like a rose or a lily, recognizing that its unique ability to radiate sunlight was a gift in itself." Grandma Rose concluded, "Like the flowers in the garden, my dear, we each have our own unique talents and qualities. Comparing ourselves to others only dims our light. Accept who you are, because you have something to follow. You have your own path and your own gifts to share with the world. Remember, it's not about being the best at everything; it's about being the best version of yourself. Emily hugged Grandma Rose tightly, feeling a new sense of confidence and self-acceptance. She leaves Grandma Rose's house with a new perspective, ready to embrace her individuality and celebrate her own unique journey.

એમિલી ધ્યાનપૂર્વક સાંભળતી, વાર્તાથી મોહિત થઈ ગઈ. દાદીમા રોઝે આગળ કહ્યું, "બગીચો ખીલ્યો કારણ કે દરેક ફૂલ તેની પોતાની સફર સ્વીકારે છે અને તેની કિંમત સમજે છે. ગુલાબ પોતાની જાતને લીલી અથવા સૂર્યમુખી સાથે સરખાવતો નથી, કારણ કે તે જાણતો હતો કે તેની પોતાની સુંદરતા અને સુગંધ તેને જોનારાઓને આનંદ આપે છે. લીલીએ ગુલાબ અથવા સૂર્યમુખીની ઈર્ષ્યા કરી ન હતી, કારણ કે તે તેની પાસે રહેલી શાંત કૃપાને સમજતી હતી. અને સૂર્યમુખીએ ગુલાબ અથવા લીલી જેવા બનવાનો પ્રયાસ કર્યો ન હતો, તે સ્વીકાર્યું હતું કે સૂર્યપ્રકાશ ફેલાવવાની તેની અનન્ય ક્ષમતા પોતે જ એક ભેટ છે."

દાદીમા રોઝે નિષ્કર્ષ પર કહ્યું, "બગીચાના ફૂલોની જેમ, મારા પ્રિય, આપણામાંના દરેકમાં આપણી પોતાની વિશિષ્ટ પ્રતિભાઓ અને ગુણો છે. આપણી જાતને અન્ય લોકો સાથે સરખાવવાથી ફક્ત આપણો પ્રકાશ ઓછો થઈ જાય છે. તમે કોણ છો તે સ્વીકારો, કારણ કે તમારી પાસે અનુસરવા માટેનો તમારો પોતાનો માર્ગ છે અને વિશ્વ સાથે શેર કરવા માટે તમારી પોતાની ભેટો છે. યાદ રાખો, તે દરેક વસ્તુમાં શ્રેષ્ઠ બનવા વિશે નથી; તે તમારી જાતનું શ્રેષ્ઠ સંસ્કરણ બનવા વિશે છે."

એમિલીએ ગ્રાન્ડમા રોઝને ચુસ્તપણે ગળે લગાવી, આત્મવિશ્વાસ અને આત્મ-સ્વીકૃતિની નવી ભાવના અનુભવી. તેણીએ એક નવા પરિપ્રેક્ષ્ય સાથે દાદીમા રોઝનું ઘર છોડ્યું, તેણીના વ્યક્તિત્વને સ્વીકારવા અને તેણીની પોતાની અનન્ય મુસાફરીની ઉજવણી કરવા માટે તૈયાર.

The moral of the story is that everyone is special in their own way. Instead of comparing ourselves to others, we should focus on embracing our own strengths, talents and qualities. By recognizing and valuing our personality, we can truly shine and make a positive impact in the world.

વાર્તાની નૈતિકતા એ છે કે દરેક વ્યક્તિ પોતાની રીતે ખાસ છે. આપણી જાતને બીજાઓ સાથે સરખાવવાને બદલે, આપણે આપણી પોતાની શક્તિઓ, પ્રતિભાઓ અને ગુણોને અપનાવવા પર ધ્યાન કેન્દ્રિત કરવું જોઈએ. આપણા વ્યક્તિત્વને ઓળખીને અને તેનું મૂલ્યાંકન કરીને, આપણે ખરેખર ચમકી શકીએ છીએ અને વિશ્વમાં સકારાત્મક પ્રભાવ પાડી શકીએ છીએ.

4. Colored Canvas: Reviving Creativity

Once upon a time, in a bustling town called Harmonyville, there lived a young boy named Oliver. Oliver was a visionary and had a limitless imagination. He would spend hours creating magnificent drawings and paintings, each filled with vibrant colors and magical creatures. One day, while Oliver was strolling through the city park, he saw a dilapidated old building. Its walls were covered in graffiti and its windows were broken. Curiosity sparked within him and he decided to investigate further. Cautiously entering the building, Oliver discovers an abandoned art studio. It was full of forgotten brushes, paint tubes and canvases. As he looked around, a feeling of sadness washed over him. This place, once full of creativity, is now neglected and unloved. Determined to bring life back to a forgotten art studio, Oliver enlists the help of his friends from the neighborhood. Together, they cleaned up the space, repaired broken windows and transformed it into a living art center for the community.

4. રંગીન કેનવાસ: સર્જનાત્મકતાને પુનર્જીવિત કરવી

એક સમયે, હાર્મનીવિલે નામના ખળભળાટવાળા શહેરમાં, ઓલિવર નામનો એક યુવાન છોકરો રહેતો હતો. ઓલિવર એક સ્વપ્નદ્રષ્ટા હતો અને તેની પાસે અમર્યાદ કલ્પના હતી. તે ભવ્ય ડ્રોઇંગ્સ અને પેઇન્ટિંગ્સ બનાવવામાં કલાકો ગાળશે, દરેક વાઇબ્રન્ટ રંગો અને જાદુઈ જીવોથી ભરપૂર.

એક દિવસ, જ્યારે ઓલિવર શહેરના ઉદ્યાનમાં લટાર મારતો હતો, ત્યારે તેણે એક જર્જરિત જૂની ઇમારત જોઈ. તેની દિવાલો ગ્રેફિટીથી ઢંકાયેલી હતી અને તેની બારીઓ તૂટી ગઈ હતી. તેની અંદર જિજ્ઞાસા જાગી અને તેણે વધુ તપાસ કરવાનું નક્કી કર્યું.

ઈમારતમાં સાવધાનીપૂર્વક પ્રવેશતા, ઓલિવરે એક ત્યજી દેવાયેલ આર્ટ સ્ટુડિયો શોધી કાઢ્યો. તે ભૂલી ગયેલા બ્રશ, પેઇન્ટ ટ્યુબ અને કેનવાસથી ભરેલું હતું. તેણે આજુબાજુ જોયું તેમ, તેના પર ઉદાસીની લાગણી છવાઈ ગઈ. એક સમયે સર્જનાત્મકતાથી ભરેલું આ સ્થાન હવે ઉપેક્ષિત અને અપ્રિય છે. ભૂલી ગયેલા આર્ટ સ્ટુડિયોમાં જીવન પાછું લાવવાનો નિર્ધાર, ઓલિવરે પડોશમાંથી તેના મિત્રોની મદદ લીધી. સાથે મળીને, તેઓએ જગ્યા સાફ કરી, તૂટેલી બારીઓનું સમારકામ કર્યું અને તેને સમુદાય માટે જીવંત કલા કેન્દ્રમાં રૂપાંતરિત કર્યું.

Word quickly spread about the newly revitalized art studio, and people from all walks of life flocked to witness its transformation. Oliver, with his infectious enthusiasm, encouraged everyone to bring out their inner artist and express themselves through art. Children, adults and even elderly persons rediscovered their creative passion within the walls of the studio. Paintings, sculptures and other artistic masterpieces adorn the space showcasing the unique talents of the community. A once deserted building became a colorful haven where imagination flourished. Oliver's dream of creating a space where creativity could flourish came true. The art studio became a symbol of unity and inspiration for Harmonyville. People from different backgrounds and cultures came together to learn from each other and appreciate the beauty that art brings. The impact of the art studio spread throughout the city. Walls once covered in graffiti were transformed into stunning murals, telling stories of hope, love and resilience. The community embraced art as a way to connect, heal and spread positivity.

નવા પુનર્જીવિત આર્ટ સ્ટુડિયો વિશે ઝડપથી વાત ફેલાઈ ગઈ, અને જીવનના તમામ ક્ષેત્રના લોકો તેના પરિવર્તનના સાક્ષી બનવા ઉમટી પડ્યા. ઓલિવરે, તેના ચેપી ઉત્સાહ સાથે, દરેકને તેમના આંતરિક કલાકારને બહાર કાઢવા અને કલા દ્વારા પોતાને વ્યક્ત કરવા માટે પ્રોત્સાહિત કર્યા.

બાળકો, પુખ્ત વયના લોકો અને વૃદ્ધ વ્યક્તિઓએ પણ સ્ટુડિયોની દિવાલોમાં તેમના સર્જનાત્મક જુસ્સાને ફરીથી શોધી કાઢ્યો. ચિત્રો, શિલ્પો અને અન્ય કલાત્મક માસ્ટરપીસ સમુદાયની અનન્ય પ્રતિભા દર્શાવતી જગ્યાને શણગારે છે. એક સમયે નિર્જન ઇમારત એક રંગીન આશ્રયસ્થાન બની હતી જ્યાં કલ્પના ખીલી હતી. સર્જનાત્મકતા ખીલી શકે તેવી જગ્યા બનાવવાનું ઓલિવરનું સ્વપ્ન સાકાર થયું.

આર્ટ સ્ટુડિયો હાર્મનીવિલે માટે એકતા અને પ્રેરણાનું પ્રતીક બની ગયું. વિવિધ પૃષ્ઠભૂમિ અને સંસ્કૃતિના લોકો એકબીજા પાસેથી શીખવા અને કલા જે સુંદરતા લાવે છે તેની કદર કરવા માટે ભેગા થયા.

આર્ટ સ્ટુડિયોની અસર આખા શહેરમાં ફેલાઈ ગઈ. એક સમયે ગ્રેફિટીમાં ઢંકાયેલી દિવાલો અદભૂત ભીંતચિત્રોમાં પરિવર્તિત થઈ હતી, જે આશા, પ્રેમ અને સ્થિતિસ્થાપકતાની વાર્તાઓ કહેતી હતી. સમુદાયે કળાને જોડવા, સાજા કરવા અને હકારાત્મકતા ફેલાવવાના માર્ગ તરીકે સ્વીકારી.

Years later, when Oliver looked back at the art studio he had revived, he saw a thriving community that had grown together through art. He realized that by following his passion and sharing his creative vision, he brought joy and unity to Harmonyville.

The moral of the story is that creativity has the power to transform lives and bring communities together. By embracing our passions and encouraging others to express themselves, we can create a world where everyone's unique talents and perspectives are celebrated. Like Oliver, let us inspire others to follow their dreams and unleash their creativity, because it is through art that we can build a harmonious and vibrant society.

વર્ષો પછી, જ્યારે ઓલિવરે તેણે પુનઃજીવિત કરેલા આર્ટ સ્ટુડિયો તરફ ફરી જોયું, ત્યારે તેણે એક સમૃદ્ધ સમુદાય જોયો જે કલા દ્વારા એકસાથે વિકસ્યો હતો. તેમને સમજાયું કે તેમના જુસ્સાને અનુસરીને અને તેમની રચનાત્મક દ્રષ્ટિ શેર કરીને, તેમણે હાર્મનીવિલેમાં આનંદ અને એકતા લાવી છે.

વાર્તાની નૈતિકતા એ છે કે સર્જનાત્મકતા જીવનમાં પરિવર્તન લાવવાની અને સમુદાયોને એકસાથે લાવવાની શક્તિ ધરાવે છે. અમારા જુસ્સાને સ્વીકારીને અને અન્ય લોકોને પોતાને અભિવ્યક્ત કરવા માટે પ્રોત્સાહિત કરીને, અમે એક એવી દુનિયા બનાવી શકીએ છીએ જ્યાં દરેકની અનન્ય પ્રતિભા અને દ્રષ્ટિકોણની ઉજવણી કરવામાં આવે. ઓલિવરની જેમ જ, ચાલો આપણે આપણા સપનાઓને અનુસરવા અને અન્ય લોકોને તેમની સર્જનાત્મકતા પ્રગટ કરવા માટે પ્રેરણા આપીએ, કારણ કે કલા દ્વારા જ આપણે સુમેળભર્યા અને ગતિશીલ સમાજનું નિર્માણ કરી શકીએ છીએ.

5. Small seed dream big

Once upon a time, in a peaceful meadow, there was a tiny seed under the ground. The seed dreamed of becoming a magnificent tree, reaching the sky and providing shelter and happiness to all who came before it. One sunny morning, as a gentle breeze swept across the meadow, the tiny seed began to sprout. He stuck his head out of the soil and saw the beautiful world around him. Enthusiastically, he began his journey towards becoming a great tree. But as the seed grew, it faced several challenges. It was raining heavily, making it difficult to stand tall. The scorching sun dried the soil, making the young plants thirsty for water. A strong wind blew, threatening to uproot it. Despite these obstacles, the little seed held on to its dream One day, a kind squirrel named Sammy notices a struggling plant. Sammy could see the determination in Ropa's eyes and decided to help. Collecting acorns, Sammy dug small holes around the young tree, providing additional support and nourishment for its growth.

5. નાના બીજનું મોટું સ્વપ્ન

એક સમયે, શાંતિપૂર્ણ ઘાસના મેદાનમાં, જમીનની નીચે એક નાનું બીજ હતું. બીજએ એક ભવ્ય વૃક્ષ બનવાનું, આકાશ સુધી પહોંચવાનું અને તેની સામે આવેલા બધાને આશ્રય અને સુખ આપવાનું સ્વપ્ન જોયું.

એક સન્ની સવારે, હળવા પવનની લહેર ઘાસના મેદાનમાં વહેતી હોવાથી, નાનું બીજ ફૂટવા લાગ્યું. તેણે તેનું માથું માટીમાંથી બહાર કાઢ્યું અને તેની આસપાસની સુંદર દુનિયા જોઈ. ઉત્સાહપૂર્વક, તેણે એક મહાન વૃક્ષ બનવા તરફ તેની યાત્રા શરૂ કરી.

પરંતુ જેમ જેમ બીજ વધતું ગયું તેમ તેમ તેને અનેક પડકારોનો સામનો કરવો પડ્યો. વરસાદ જોરદાર ઝરતો હતો, જેના કારણે ઉંચા ઊભા રહેવું મુશ્કેલ બન્યું હતું. સળગતા તડકાએ જમીનને સૂકવી નાખી, જેના કારણે યુવાન છોડને પાણીની તરસ લાગી. જોરદાર પવન ફૂંકાયો, તેને ઉખેડી નાખવાની ધમકી આપી. આ અવરોધો હોવા છતાં, નાનું બીજ તેના સ્વપ્નને પકડી રાખ્યું.

એક દિવસ, સેમી નામની એક દયાળુ ખિસકોલીએ સંઘર્ષ કરતા છોડને જોયો. સેમી રોપાની આંખોમાં નિશ્ચય જોઈ શક્યો અને તેણે મદદ કરવાનું નક્કી કર્યું. એકોર્ન ભેગી કરીને, સેમીએ નાના ઝાડની આસપાસ નાના છિદ્રો ખોદ્યા, તેના વિકાસ માટે વધારાનો ટેકો અને પોષણ પૂરું પાડ્યું.

With Sammy's help, the tiny seed became stronger and more resilient. Its roots are deep in the earth, securing its location and providing stability. Its leaves spread wide, converting sunlight into energy. The tiny seed blossomed into a beautiful sapling. In time, the seedlings grew tall and strong, just as the little seed had dreamed. Birds began to nest in its branches, singing cheerfully, And insects found shelter in its leaves. Animals sought shade under its branches during hot summer days. As the tree grew, it never forgot the grace it received from Sami. He shares his shade, fruits and shelter with all living beings, as he always desired. Little Bija's dream of giving happiness and joy to others came true. The moral of this story is that dreams can come true with persistence, determination and the help of others. No matter how big or small our dreams are, with hard work, a positive attitude and the support of kind friends, we can achieve great things and make a difference in the lives of others. So, dear children, always hold on to your dreams, no matter how impossible they seem. Remember to help those in need, because together we can create a world full of happiness and love.

સેમીની મદદથી, નાનું બીજ મજબૂત અને વધુ સ્થિતિસ્થાપક બન્યું. તેના મૂળ પૃથ્વીમાં ઊંડા ઉતર્યા છે, તેનું સ્થાન સુરક્ષિત કરે છે અને સ્થિરતા પ્રદાન કરે છે. તેના પાંદડા પહોળા ફેલાય છે, સૂર્યપ્રકાશને ઊર્જામાં પરિવર્તિત કરે છે. નાનું બીજ એક સુંદર રોપામાં ખીલ્યું. સમય જતાં, રોપા ઉંચા અને મજબૂત બન્યા, જેમ નાના બીજએ સ્વપ્ન જોયું હતું. પક્ષીઓ તેની શાખાઓમાં માળો બાંધવા લાગ્યા, ખુશખુશાલ ગીતો ગાતા, અને જંતુઓએ તેના પાંદડાઓમાં આશ્રય મેળવ્યો. ઉનાળાના ગરમ દિવસોમાં પ્રાણીઓ તેની ડાળીઓ નીચે છાંયો શોધતા હતા. જેમ જેમ વૃક્ષ વધતું ગયું તેમ તેમ તે સામી તરફથી મળેલી કૃપાને ક્યારેય ભૂલી શક્યો નહીં. તે તેની છાયા, ફળો અને આશ્રય તમામ જીવો સાથે વહેંચે છે, જેમ તે હંમેશા ઇચ્છતો હતો. નાના બીજનું બીજાને સુખ અને આનંદ આપવાનું સ્વપ્ન સાકાર થયું.

આ વાર્તાની નૈતિકતા એ છે કે સપના દ્રઢતા, નિશ્ચય અને અન્યની મદદ સાથે સાચા થઈ શકે છે. આપણા સપના ગમે તેટલા નાના હોય કે મોટા હોય, સખત મહેનત, સકારાત્મક વલણ અને દયાળુ મિત્રોના સમર્થનથી આપણે મહાન વસ્તુઓ હાંસલ કરી શકીએ છીએ અને અન્યના જીવનમાં પરિવર્તન લાવી શકીએ છીએ.

તેથી, પ્રિય બાળકો, હંમેશા તમારા સપનાને પકડી રાખો, પછી ભલે તે ગમે તેટલું અશક્ય લાગે. જરૂરતમંદોને મદદરૂપ થવાનું યાદ રાખો, કારણ કે આપણે સાથે મળીને ખુશી અને પ્રેમથી ભરેલી દુનિયા બનાવી શકીએ છીએ.

6. The Curious Kitten Adventure

Once upon a time, in a cozy little town, there lived a strange kitten named Whiskers. Whiskers was a mischievous and playful kitten, always looking for new adventures. One sunny morning, with the sun's golden rays illuminating the town, Whiskers embarks on an exciting journey. As the mustache strolled through town, sniffing and searching, a strange scent caught his attention. Following the delightful scent, Whiskers found himself in front of a quaint bakery called "Sweet Delights". The delicious aroma wafting through the bakery window was irresistible. With wide, sparkling eyes, Mustache peers through the window, spying a tray of mouth-watering pastries. Unable to resist the temptation, the mischievous kitten slipped through the open door and found himself inside the bakery. Mustache jumped over to a nearby table, amazed at the assortment of items displayed in front of him. Unable to contain his curiosity, Whiskers took a small nibble of the freshly baked cupcake. Instantly, a burst of flavor danced across his taste buds, filling the mustache with delight.

6. વિચિત્ર બિલાડીનું બચ્ચું સાહસ

એક સમયે, એક આરામદાયક નાના શહેરમાં, વ્હિસ્કર્સ નામનું વિચિત્ર બિલાડીનું બચ્ચું રહેતું હતું. વ્હિસ્કર્સ એક તોફાની અને રમતિયાળ બિલાડીનું બચ્ચું હતું, હંમેશા નવા સાહસો શોધે છે. એક સન્ની સવારે, સૂર્યના સોનેરી કિરણો નગરને પ્રકાશિત કરે છે, વ્હિસ્કર્સે એક આકર્ષક પ્રવાસ શરૂ કર્યો.

જ્યારે મૂછો નગરમાં લટાર મારતો હતો, સુંઘતો હતો અને શોધતો હતો, ત્યારે એક વિચિત્ર સુગંધે તેનું ધ્યાન ખેંચ્યું હતું. આહલાદક સુગંધને પગલે, વ્હિસ્કર્સ પોતાને "સ્વીટ ડિલાઇટ્સ" નામની અનોખી બેકરીની સામે મળી. બેકરીની બારીમાંથી આવતી સ્વાદિષ્ટ સુગંધ અદમ્ય હતી.

પહોળી, ચમકતી આંખો સાથે, મૂછો બારીમાંથી ડોકિયું કરે છે, મોંમાં પાણી ભરતી પેસ્ટ્રીની ટ્રે જાસૂસી કરે છે. લાલચનો પ્રતિકાર કરવામાં અસમર્થ, તોફાની બિલાડીનું બચ્ચું ખુલ્લા દરવાજામાંથી સરકી ગયું અને પોતાને બેકરીની અંદર મળી.

મૂછો નજીકના ટેબલ પર કૂદી પડ્યા, તેની સામે પ્રદર્શિત વસ્તુઓની ભાત જોઈને આશ્ચર્યચકિત થઈ ગયા. તેની જિજ્ઞાસાને કાબૂમાં રાખવામાં અસમર્થ, વ્હિસ્કર્સે તાજી બેક કરેલી કપકેકનો એક નાનો નિબલ લીધો. તરત જ, સ્વાદનો વિસ્ફોટ તેના સ્વાદની કળીઓ પર નાચ્યો, મૂછોને આનંદથી ભરી દીધો.

But as Whiskers continues his feast, he accidentally knocks over a jar of colorful sprinkles, sending it flying into the air like confetti. Startled, the mustache scurried away, leaving a trail of spray behind. A mischievous kitten sneaks into the bakery, causing a bit of a ruckus. Bakers and customers were surprised by the unexpected visitor. They laughed and tried to catch Whiskers, but the agile kitten proved too fast. The mustache finally found an open window and jumped out into the bustling streets of the town. It scurried along lanes, over fences and under bushes, trailing sprinkles following its every move. The townspeople, amused by the sight of a mischievous kitten covered in sprinkles, join in the chase. Children laughed, adults laughed, and even bakers couldn't help but smile as they followed the colorful trail.

પરંતુ જેમ જેમ વ્હિસ્કર્સે તેની મિજબાની ચાલુ રાખી, તે આકસ્મિક રીતે રંગબેરંગી છંટકાવના જાર પર પછાડ્યો, અને તેને કોન્ફેટીની જેમ હવામાં ઉડતો મોકલ્યો. આશ્ચર્યચકિત થઈને, મૂછો છંટકાવનું પગેરું પાછળ છોડીને દૂર નીકળી ગયા.

તોફાની બિલાડીનું બચ્ચું બેકરીમાં ઘૂસી ગયું, જેના કારણે થોડી હંગામો મચી ગયો. અણધાર્યા મુલાકાતી દ્વારા બેકર્સ અને ગ્રાહકોને આશ્ચર્ય થયું. તેઓ હસ્યા અને વ્હિસ્કરને પકડવાનો પ્રયાસ કર્યો, પરંતુ ચપળ બિલાડીનું બચ્ચું ખૂબ ઝડપી સાબિત થયું.

મૂછોને આખરે એક ખુલ્લી બારી મળી અને નગરની ખળભળાટવાળી શેરીઓમાં કૂદકો માર્યો. તે ગલીમાર્ગો, વાડ ઉપર અને ઝાડીઓની નીચે, તેની દરેક ચાલને પગલે છંટકાવના પગેરું સાથે ધસી આવ્યું.

નગરજનો, છંટકાવમાં ઢંકાયેલ એક તોફાની બિલાડીનું બચ્ચું જોઈને આનંદિત થઈને પીછો કરવામાં જોડાયા. બાળકો હસ્યા, પુખ્ત વયના લોકો હસ્યા, અને બેકર્સ પણ મદદ કરી શક્યા નહીં પરંતુ હસી શક્યા નહીં કારણ કે તેઓ રંગબેરંગી પગદંડીને અનુસરે છે.

Whiskers led them on an exciting chase through the city, weaving through narrow streets and hidden corners. Eventually, he reached the town square, where a large crowd had gathered, eagerly awaiting the kitten's next move. With a mischievous glint in his eyes, Whiskers leapt onto a stage where musicians were setting up for an outdoor concert. People burst into laughter as the kitten scurried around, playfully beating on musical instruments. Whiskers turned the chase into a fun show. Inspired by the kitten's playful spirit, musicians began playing lively tunes. The mustache jumped and danced along, swaying to the rhythm of the music. The crowd clapped, cheered and joined in the joyous celebration. The moral of this story is that sometimes, unexpected adventures can bring happiness and connect people in the most delightful ways.

વ્હિસ્કર્સ તેમને સાંકડી શેરીઓ અને છુપાયેલા ખૂણાઓ દ્વારા વણાટ કરીને, શહેરમાંથી એક આકર્ષક પીછો પર લઈ ગયા. આખરે, તે ટાઉન સ્ક્વેર પર પહોંચ્યો, જ્યાં મોટી ભીડ એકઠી થઈ હતી, બિલાડીના બચ્ચાની આગળની ચાલની આતુરતાથી રાહ જોઈ રહી હતી.

તેની આંખોમાં તોફાની ચમક સાથે, વ્હિસ્કર્સ એક સ્ટેજ પર કૂદકો માર્યો જ્યાં સંગીતકારો આઉટડોર કોન્સર્ટ માટે સેટ કરી રહ્યા હતા. બિલાડીનું બચ્ચું આજુબાજુ ફરતું, રમતિયાળ રીતે સંગીતનાં સાધનો પર બેટિંગ કરતાં લોકો હાસ્યમાં ફાટી નીકળ્યાં. વ્હિસ્કર્સે ચેઝને આનંદદાયક પ્રદર્શનમાં ફેરવી દીધું હતું.

બિલાડીના બચ્ચાની રમતિયાળ ભાવનાથી પ્રેરિત સંગીતકારોએ જીવંત ધૂન વગાડવાનું શરૂ કર્યું. મૂછો કૂદકો માર્યો અને સાથે નાચ્યો, સંગીતની લયમાં ઝૂલ્યો. ટોળાએ તાળીઓ પાડી, ઉત્સાહ વધાર્યો અને આનંદની ઉજવણીમાં જોડાયા.

આ વાર્તાની નૈતિકતા એ છે કે કેટલીકવાર, અણધાર્યા સાહસો સુખ લાવી શકે છે અને લોકોને સૌથી આનંદદાયક રીતે જોડે છે.

7. The Brave Little Sparrow

In a peaceful forest, on top of a tree, lived a small and brave little sparrow named Sunny. Sunny was known for his colorful feathers and his melodious songs that filled the air with joy. But behind her cheerful appearance, Sunny carried a great secret. You see, Sunny was afraid of heights. His heart pounded with fear at the thought of flying so high. While other birds flew effortlessly in the sky, Sunny just flew close to the safety of the branches. One day, as Sunny sat on a branch, looking up at the vast sky above, a flock of migratory birds flew by. Their wings fluttered gracefully, carrying them great distances. Inspired by his strength and determination, Sunny's heart yearned to overcome his fears. With renewed courage, Sunny took a deep breath and spread her wings. Feeling a mixture of excitement and anxiety, he left the branch. The wind gently lifted Sunny into the air, and with each beat of his wings, he soared higher and higher.

7. ધ બ્રેવ લિટલ સ્પેરો

શાંતિપૂર્ણ જંગલમાં, ઝાડની ટોચ પર, સની નામની એક નાની અને બહાદુર નાની સ્પેરો રહેતી હતી. સની તેના રંગબેરંગી પીછાઓ અને તેના મધુર ગીતો માટે જાણીતો હતો જેણે હવાને આનંદથી ભરી દીધી હતી. પરંતુ તેના ખુશખુશાલ દેખાવ પાછળ, સનીએ એક મહાન રહસ્ય વહન કર્યું હતું.

તમે જુઓ, સની ઊંચાઈથી ડરતી હતી. ખૂબ ઊંચે ઉડવાના વિચારથી તેનું હૃદય ભયથી ધબકતું હતું. જ્યારે અન્ય પક્ષીઓ વિના પ્રયાસે આકાશમાં ઉડતા હતા, ત્યારે સન્ની માત્ર ડાળીઓની સલામતીની નજીક જ ઉડતો હતો.

એક દિવસ, જ્યારે સની એક ડાળી પર બેસીને, ઉપરના વિશાળ આકાશ તરફ જોતો હતો, ત્યારે સ્થળાંતર કરતા પક્ષીઓનું ટોળું ઉડી ગયું. તેમની પાંખો સુંદર રીતે લહેરાતી હતી, તેમને મહાન અંતર પર લઈ જતી હતી. તેમની શક્તિ અને નિશ્ચયથી પ્રેરિત, સનીનું હૃદય તેના ડરને દૂર કરવા માટે ઝંખતું હતું.

નવી હિંમત સાથે, સનીએ ઊંડો શ્વાસ લીધો અને તેની પાંખો ફેલાવી. ઉત્તેજના અને અસ્વસ્થતાના મિશ્રણની લાગણી અનુભવતા, તે શાખામાંથી બહાર નીકળી ગયો. પવને હળવેકથી સનીને હવામાં ઊંચક્યો, અને તેની પાંખોના દરેક ધબકારા સાથે, તે ઊંચો અને ઊંચો ઊંચે ગયો.

As Sunny flew away, her fear gradually faded away. The forest below seemed smaller, and the world opened before his eyes. A sense of freedom filled Sunny's heart, and he realized that beyond the trees there was a new world to see. With each passing day, Sunny started moving further and further away from her comfort zone. He also discovered beautiful meadows, sparkling lakes and snow-capped mountains. Sunny met other birds, listened to their stories and shared her own songs, spreading happiness wherever she went. One evening, while Sunny was sitting on a tree branch, a young bird named Ruby appeared lost and scared. Ruby had wandered away from her family and didn't know how to find her way back. Remembering his own journey to overcome fear, Sunny decides to help Ruby. With a gentle voice, Sunny assured Ruby that he would guide her back to her family. Together, they flew across the sky, following familiar landmarks and the setting sun.

જેમ જેમ સની ઉડી ગઈ તેમ તેમ તેનો ડર ધીમે ધીમે દૂર થવા લાગ્યો. નીચેનું જંગલ નાનું લાગતું હતું, અને વિશ્વ તેની આંખો સમક્ષ ખુલી ગયું હતું. સ્વતંત્રતાની અનુભૂતિએ સનીનું હૃદય ભરાઈ ગયું, અને તેને સમજાયું કે વૃક્ષોની પેલે પાર એક નવી દુનિયા જોવા માટે છે.

દરેક પસાર થતા દિવસ સાથે, સની તેના કમ્ફર્ટ ઝોનથી વધુને વધુ દૂર જવા લાગ્યો. તેણે સુંદર ઘાસના મેદાનો, ચમકતા સરોવરો અને બરફથી ઢંકાયેલા પર્વતો પણ શોધ્યા. સની અન્ય પક્ષીઓને મળ્યો, તેમની વાર્તાઓ સાંભળી અને તેના પોતાના ગીતો શેર કર્યા, જ્યાં તે જાય ત્યાં ખુશી ફેલાવી.

એક સાંજે, જ્યારે સની ઝાડની ડાળી પર બેઠો હતો, ત્યારે રુબી નામનું એક યુવાન પક્ષી હારી ગયેલું અને ભયભીત દેખાતું હતું. રૂબી તેના પરિવારથી દૂર ભટકી ગઈ હતી અને તેને ખબર ન હતી કે તેનો રસ્તો કેવી રીતે શોધવો.

ડર પર કાબુ મેળવવાની પોતાની જર્ની યાદ કરતાં સનીએ રૂબીને મદદ કરવાનું નક્કી કર્યું. નમ્ર અવાજ સાથે, સનીએ રૂબીને ખાતરી આપી કે તે તેને તેના પરિવારને પાછું માર્ગદર્શન આપશે. એકસાથે, તેઓ પરિચિત સીમાચિહ્નો અને અસ્ત થતા સૂર્યને અનુસરીને, આકાશમાં ઉડાન ભરી.

Finally, they saw Ruby's family, anxiously awaiting her return. Ruby's joy was immense as she was reunited with her loved ones. Ruby's family thanked Sunny for her bravery and kindness and admitted that without Sunny's help they would have been separated. From that day forward, Sunny became a symbol of bravery and compassion in the jungle. Other birds looked to Sunny as an inspiration, realizing that even the smallest of creatures could overcome their fears and make a difference in the lives of others. The moral of this story is that bravery lies within each of us, waiting to be discovered. Like Sunny, we all have fears that hold us back, but with courage and determination, we can spread our wings and achieve great things.

અંતે, તેઓએ રૂબીના પરિવારને જોયો, તેના પરત આવવાની ઉત્સુકતાપૂર્વક રાહ જોઈ રહી હતી. રૂબીનો આનંદ અપાર હતો કારણ કે તે તેના પ્રિયજનો સાથે ફરી મળી હતી. રૂબીના પરિવારે તેની બહાદુરી અને દયા માટે સનીનો આભાર માન્યો અને સ્વીકાર્યું કે સનીની મદદ વિના તેઓ અલગ રહી શક્યા હોત.

તે દિવસથી આગળ, સની જંગલમાં બહાદુરી અને કરુણાનું પ્રતીક બની ગયો. અન્ય પક્ષીઓ સનીને પ્રેરણા તરીકે જોતા હતા, એ સમજતા હતા કે નાનામાં નાના જીવો પણ તેમના ડરને દૂર કરી શકે છે અને અન્ય લોકોના જીવનમાં પરિવર્તન લાવી શકે છે.

આ વાર્તાની નૈતિકતા એ છે કે બહાદુરી આપણામાંના દરેકની અંદર રહેલી છે, જે શોધવાની રાહ જોઈ રહી છે. સનીની જેમ, આપણને બધાને ડર હોય છે જે આપણને રોકી રાખે છે, પરંતુ હિંમત અને નિશ્ચય સાથે, આપણે આપણી પાંખો ફેલાવી શકીએ છીએ અને મહાન વસ્તુઓ પ્રાપ્ત કરી શકીએ છીએ.

8. The Magic Paintbrush

In a small village nestled among rolling hills, lived a young and talented artist named Lily. Lily had a special gift - an old, worn-out paintbrush with magical powers. When Lily painted with him, her artwork came to life, full of vibrant colors and charming details. One day, a powerful wizard named Malachi hears rumors of Lily's extraordinary paintbrush. He was consumed with jealousy and desired the brush for himself. Malachi believed that with his magic he could rule the entire kingdom. Under cover of night, Malachi breaks into Lily's humble cottage and steals a paintbrush. Lily woke up the next morning, filled with despair when her precious brush was missing. Determined to retrieve it, she sets out on a quest to find Malachi and retrieve his magical instrument. Through dense forests and vast fields, Lily followed the clues left behind by the sorcerer. Her heart was full of hope and she had a strong belief in the power of art. Along the way, she faced various obstacles and challenges, but her determination never wavered.

૮. ધ મેજિક પેઇન્ટબ્રશ

ફરતી ટેકરીઓ વચ્ચે આવેલા એક નાનકડા ગામમાં, લીલી નામનો એક યુવાન અને પ્રતિભાશાળી કલાકાર રહેતો હતો. લીલી પાસે એક ખાસ ભેટ હતી - એક જૂનું, ઘસાઈ ગયેલું પેન્ટબ્રશ જેમાં જાદુઈ શક્તિઓ હતી. જ્યારે લીલીએ તેની સાથે પેઇન્ટિંગ કર્યું, ત્યારે તેણીની આર્ટવર્ક જીવંત બની, જીવંત રંગો અને મોહક વિગતોથી ભરેલી.

એક દિવસ, માલાચી નામના એક શક્તિશાળી જાદુગરને લીલીના અસાધારણ પેઇન્ટબ્રશની અફવાઓ સાંભળી. તે ઈર્ષ્યાથી ભસ્મ થઈ ગયો અને તેણે પોતાના માટે બ્રશની ઈચ્છા કરી. માલાચી માનતા હતા કે તેના જાદુથી તે સમગ્ર રાજ્ય પર રાજ કરી શકે છે.

રાત્રિના આચ્છાદન હેઠળ, માલાચી લીલીની નમ્ર કોટેજમાં ઘૂસી ગયો અને પેઇન્ટબ્રશની ચોરી કરી. લીલી બીજે દિવસે સવારે જાગી ગઈ, જ્યારે તેણીનો કિંમતી બ્રશ ગુમ થયો ત્યારે તે નિરાશાથી ભરાઈ ગઈ. તેને પુનઃપ્રાપ્ત કરવા માટે નિર્ધારિત, તેણીએ માલાચીને શોધવા અને તેના જાદુઈ સાધનને ફરીથી મેળવવાની શોધમાં આગળ વધ્યો.

ગાઢ જંગલો અને વિશાળ ક્ષેત્રોમાં, લીલીએ જાદુગર દ્વારા પાછળ છોડેલી કડીઓનું અનુસરણ કર્યું. તેણીનું હૃદય આશાથી ભરેલું હતું અને તેણીની કલાની શક્તિમાં મજબૂત વિશ્વાસ હતો. રસ્તામાં, તેણીને વિવિધ અવરોધો અને પડકારોનો સામનો કરવો પડ્યો, પરંતુ તેણીનો નિર્ધાર ક્યારેય ડગમગ્યો નહીં.

Finally, after days of searching, Lily reached the dark and treacherous Cave of Shadows. It was there that Malachi took refuge, using the magic of the paintbrush to create an army of terrifying creatures to protect him. Undeterred, Lily stepped into the cave, clutching her usual paintbrush tightly. When she confronts Malachi, he laughs mockingly, believing that Lily is no match for him. But Lily knew that the true power of her art lay in her imagination and her unwavering spirit. With a flick of her brush, Lily painted a magnificent dragon, its scales glowing with golden hues. The dragon soared into the air, breathing fire and letting out a loud roar. Lily's creation fought against the sorcerer's creatures, defending it with all its might. As the battle began, Lily's courage grew stronger. She paints swirling tornadoes, majestic forests, and sparkling rivers, each painting coming to life and helping her in her fight against Malachi. The cave was filled with the magical essence of his art.

છેવટે, દિવસોની શોધ પછી, લીલી પડછાયાઓની અંધારી અને વિશ્વાસઘાત ગુફામાં પહોંચી. તે ત્યાં હતું કે માલાચીએ આશ્રય લીધો હતો, પેઇન્ટબ્રશના જાદુનો ઉપયોગ કરીને તેની સુરક્ષા માટે ભયાનક જીવોની સેના બનાવી હતી.

અનિશ્ચિત, લીલીએ ગુફામાં પગ મૂક્યો, તેના સામાન્ય પેઇન્ટબ્રશને ચુસ્તપણે પકડ્યો. જ્યારે તેણીએ માલાચીનો સામનો કર્યો, ત્યારે તે મશ્કરી કરતા હસ્યો, એવું માનીને કે લીલી તેના માટે કોઈ મેચ નથી. પરંતુ લીલી જાણતી હતી કે તેની કળાની સાચી શક્તિ તેની કલ્પના અને તેની અટલ ભાવનામાં રહેલી છે.

તેના બ્રશની ઝલક વડે, લીલીએ એક ભવ્ય ડ્રેગન દોર્યો, તેના ભીંગડા સોનેરી રંગોથી ચમકતા હતા. ડ્રેગન હવામાં ઉછળ્યો, આગનો શ્વાસ લેતો અને જોરદાર ગર્જના છોડતો. લીલીની રચનાએ જાદુગરના જીવો સામે લડત આપી, તેની તમામ શક્તિથી તેનો બચાવ કર્યો.

જેમ જેમ યુદ્ધ શરૂ થયું તેમ, લીલીની હિંમત વધુ મજબૂત થઈ. તેણીએ ફરતા ટોર્નેડો, જાજરમાન જંગલો અને ચમકતી નદીઓ દોર્યા, દરેક પેઇન્ટિંગ જીવંત બને છે અને માલાચી સામેની લડતમાં તેણીને મદદ કરે છે. ગુફા તેની કલાના જાદુઈ સારથી ભરેલી હતી.

In the end, Lily's designs overwhelmed Malachi and his army. The mage's power was no match for the pure magic emanating from Lily's heart. As the dust settled, Lily retrieved her beloved paintbrush, and with a final stroke, she painted a beautiful garden, transforming the once dark cave into a place of vibrant life and harmony.

Word of Lily's victory spread throughout the kingdom, and she became a respected artist known for her prodigious talent and courage. She used her magical paintbrush to bring joy, beauty and hope to all she encountered.

The moral of this story is that true power lies in our own unique gifts and belief in ourselves.

અંતે, લીલીની રચનાઓએ માલાચી અને તેની સેનાને હંફાવી દીધી. લિલીના હૃદયમાંથી નીકળતા શુદ્ધ જાદુ માટે જાદુગરની શક્તિનો કોઈ મેળ ન હતો. જેમ જેમ ધૂળ સ્થિર થઈ, લીલીએ તેના પ્રિય પેઇન્ટબ્રશને પુનઃપ્રાપ્ત કર્યું, અને અંતિમ સ્ટ્રોક સાથે, તેણીએ એક સુંદર બગીચો દોર્યો, એક વખતની અંધારી ગુફાને જીવંત જીવન અને સુમેળના સ્થળે પરિવર્તિત કરી.

લીલીની જીતની વાત આખા રાજ્યમાં ફેલાઈ ગઈ, અને તેણી તેની અદભૂત પ્રતિભા અને હિંમત માટે જાણીતી આદરણીય કલાકાર બની ગઈ. તેણીએ તેના જાદુઈ પેઇન્ટબ્રશનો ઉપયોગ તે બધાને આનંદ, સુંદરતા અને આશા લાવવા માટે કર્યો હતો જેનો તેણીએ સામનો કર્યો હતો.

આ વાર્તાની નૈતિકતા એ છે કે સાચી શક્તિ આપણી પોતાની અનન્ય ભેટો અને આપણી જાતમાં રહેલી માન્યતામાં રહેલી છે.

Printed in Great Britain
by Amazon

36851452R00027